தையல் ஊசி

காா்த்திக் ஆறுமுகம்

ஏலே பதிப்பகம்

தையல் ஊசி– கவிதை
© கார்த்திக் ஆறுமுகம் 2021
எழுத்தாளர்: கார்த்திக் ஆறுமுகம்
முதல் பதிப்பு: டிசம்பர் 2021

வெளியீடு:
ஏலே பதிப்பகம்
5/175, பாத்திமா நகர்,
கூத்தென்குழி,
திருநெல்வேலி – 627104
தொடர்புக்கு: 9944992571

Thaiyal oosi- Poetry
All Copy Rights Reserved By © Karthik arumugam 2021
Author: Karthik arumugam
First Edition: December 2021

Published By:
Aelay Publish
5/175, Fathima nagar,
Kuthenkuly,
Tirunelveli -627104
Phone: 9944992571

Design And Executed by

ISBN : 978-93-5533-100-7
Page : 114

 தையல் ஊசி

கவிதை ஒரு காலம்
கவிஞன் ஒரு கடவுள்

அவன் காலத்தை படைக்கிறான்
அவன் காலத்தை கவிதைகளுக்குள் அடக்குகிறான்,
தையல் ஊசியும் அப்படி ஒரு மந்திரம் அப்படி ஒரு மாய
நிகழ்வு

வாழ்த்துக்களுடன்
கவிஞன் மொழி

என்னுரை

அனைவருக்கும் வணக்கம்! நான் எழுதிய இந்த தையல் ஊசி என்னும் கவிதைகளின் தொகுப்புநூல் உங்கள் கையில் கிடைப்பதற்கு உதவியாக இருந்த அனைத்து நல் உள்ளங்களுக்கும் என் முதற்கண் நன்றியினைத் தெரிவித்துக் கொள்கிறேன்.

என் கவிதைகள் என்னும் தையல் ஊசியை இந்த நூலில் கோர்த்து உங்கள் கையில் கொடுத்திருக்கிறேன். இந்த உலகத்தின் ஆடையில் சில சமுதாய மற்றும் தனி மனித மனக்கிழிசல்களென தீண்டாமை, தனிநபரின் உளவியல் சிந்தனை, ஏழ்மை, மனிதர்களால் இயற்கைபடும் அவதிகள் போன்ற இன்னும் ஏனைய அவலங்களைச் சுட்டிக் காட்டியுள்ளேன்.

உலகத்தின் ஆடையின் மீது அக்கறையுள்ள மனிதர்கள், அந்த கிழிசல்களை எனது நூலில் கோர்த்துக் கொடுத்துள்ள மனிதம், பகுத்தறிவு, உரிமை மீட்பு போன்ற தையல் ஊசிகளைக் கொண்டு சரி செய்து உலக ஆடையைப் பாதுகாக்குமாறு பணிவன்போடு கேட்டுக்கொள்கிறேன்.

இந்த தையல் ஊசியைக் கொண்டு வெறும் கிழிசல்களை மட்டும் சரி செய்வதோடு அல்லாமல் கிழிசல்கள் உண்டாவதற்குக் காரணமான மூலப்புள்ளியையும் இந்த தையல் ஊசியின் கூறிய முனைகொண்டு கற்றறிந்து களையவும் முடியலாம்.

இப்படிக்கு
கார்த்திக் ஆறுமுகம்

வாழ்த்துரை

"நெஞ்ச நூலை விட பிஞ்ச நூல் அதிகம்"
கோணிஊசி, நோயாளிகளுக்குப் போடுகின்ற ஊசி, காயம் தைக்கின்ற ஊசி இப்படி எத்தனையோ ஊசிகள் இருந்தாலும் "காதறுந்த ஊசியும் வாராது காண்! கடை வழிக்கே" என்ற பட்டினத்தாரின் பாடல் வரிகளோடு,

"தேக்கும் தென்னையும்
செந்நெல்லும் செங்கரும்பும்
வாழையுமோடு வாகான
கிராமம் கொல்லன்வயல் தான்
நுன்புலமிக்க இந்த நூலாசிரியரின் ஊர்"

சமூகத்தில் உள்ள ஓட்டைகள் எல்லாம் ஆராய்ந்து நம் கண்முன்னே கொண்டு வந்து நிழலாடச் செய்து, குழந்தையின் மழலையையும், தாயின் தாலாட்டையும், உழவனின் வேர்வையும், பாட்டாளிகளின் துன்பமும் இங்கே படம் பிடித்துக் காட்டப்பட்டிருக்கிறது.

நறுமணம் கமழும் தென்றலும், நாற்றமடிக்கும் சாக்கடையும் போட்டி போட்டுக் கொள்வதை எடுத்துக் கூறியிருக்கிறார். காதல் ஒலியும், கடமைகொண்ட போர்வீரன் ஒலியும் கேட்காமல் இல்லை. இல்லாமை, கல்லாமை, பொறாமை, இயலாமை இவைகள் எல்லாம் அழிந்து போகின்றமைகள் தான்.

ஆனால், தீண்டாமை என்ற ஒருமை மட்டும் அழிக்க முடியாத மையாக இருப்பதை இங்கே காட்டியிருக்கிறார்.

கவிதைத் தொகுப்பின் ஆசிரியர் கார்த்திக் அவர்கள் இந்நூலை மிகச் செம்மையாக வடிவமைத்துக் வெளியிட்டிருக்கிறார் என்பதை,

"ஈன்றபொழுதின் பெரிதுவக்கும் தன் மகனைச்
சான்றோன் எனக்கேட்ட தாய்"
என்பதைப்போல உணர்கிறேன்.

மலையில் எத்தனைக் கற்கள் எடுத்தாலும் சில மட்டுமே சிலை ஆகிறது. காட்டில் எத்தனை மரங்கள் இருந்தாலும் சந்தனம் போல் மணப்பதில்லை. அதுபோல், என்னுடைய மாணவர்களில இலக்கியத்தின் தலைமகனாய், இளம்பிறையின் ஒளி நிலவாய், குற்றாலத்தில் சாரலாய், கோலமயில் சாயலாய், மொழிகளுக்கு எல்லாம் மூத்த மொழியாம் செம்மொழியான எம் தமிழ் மொழியின் மீது பற்றுகொண்டு முண்டாசுகவி பாரதியையும், பாரதிதாசனையும், பகுத்தறிவுத்தந்தை பெரியாரையும், பேரறிஞர் அண்ணாவையும் இழுத்து வந்து, இந்தக் கவிதைப் பேழைக்குள் கொண்டு வந்து பெருமை சேர்த்திருப்பது என்னுடைய மாணவர் என்பது மார்தட்டிப் பெருமை கொள்கிறேன்.

நூலின் ஆசிரியர் அவர்கள் படைப்புகளின் அடுத்த பரிணாமத்தைப் பிரதிபலிப்பவராக இருக்கிறார் என்பதை இந்தப் படைப்பு மிகத் தெளிவாகக் காட்டுகிறது. மொழிவளம் இங்கே பின்னப்பட்டிருக்கிறது, கவிவளம் புனையப்பட்டிருக்கிறது, கற்பனை வளம் வேயப்பட்டிருக்கிறது, சமூக சிந்தனை வளம் பிரதிபலிக்கப்பட்டுள்ளது. மொத்தத்தில் சமூகத்தின் ஓட்டையைத் தைக்கின்ற ஊசியாக இங்கே தவழவிட்டிருக்கிரார் நூலாசிரியர்.
"இனிப்பு பரிமாறுகிற பந்தியில் அமர்ந்திருக்கும் நோயாளிகளுக்குப் புன்னகையப் பரிமாறிச் செல்பவன்

கம்யூனிசவாதி" என்று பொதுவுடைமை சித்தாந்தைத் தோலுரித்துக் காட்டுகிறார்.

வெண்தாடி வேந்தரையும், தமிழ்பேரறிஞர் அண்ணாவையும், முண்டாசுக்கவி முறுக்குமீசைக்காரரையும், பண்டுதொட்டு தமிழ்படைக்கும் பாவேந்தரையும், தொன்றுதொட்டு உழைக்கும் வர்க்கம் தூய வாழ்வு உயர பாடுபட்ட காரல்மார்க்ஸையும், அடித்தட்டு மக்களின் அடிவயிறு குளிர அயராது பாடுபட்ட அம்பேத்கரையும் இழுத்து வந்து கவிஞரின் நூலிலே புகுத்தி இருப்பது சிறப்பு.

"கவிதையாய் எழுதிக் குவிக்கின்றார் கார்த்திக்
சிலநாளில் கவிவேந்தன் ஆகிடுவான் காண்"
என வாழ்த்தி நூலாசிரியர் படைப்பை வாயார மனதார
வாழ்த்துகிறேன்.

இப்படிக்கு
Dr. நல்லாசிரியர் மு.மெய்யர்
எரிச்சி

நன்றியுரை

மலையிடைப் பிறந்து, மாந்தர் தொழ உயர்ந்து உலகின் இருளைப் போக்கும் ஆற்றல் பெற்ற அரிய சக்தி இரண்டு மட்டுமே!ஒன்று செங்கதிர், மற்றது செந்தமிழ்!

-தண்டியலங்காரம்

என்னும் பாடல் வரிகளுக்கு இணங்கி, இயற்கையின் மூலமான அந்த செங்கதிர் சூரியனுக்கும், மொழிகளின் முதன்மையான என் செந்தமிழுக்கும் முதல் நன்றியைக் கூறி என் நன்றியுரையைத் தொடங்குகிறேன்..

உடலும், உயிரும் ஒருசேர தந்த என் தாய் தந்தையருக்கும், தன்னால் நிலையாக நிற்க முடியாது என்கிற நிலையில் சிறிய உருளை வடிவம் பம்பரக்கட்டை போல் இந்த பூமியில் வந்த நான், இன்று சமுதாயத்தில் சுழன்று கொண்டிருக்கக் காரணமாக இருக்கும் சாட்டைக் கயிறான என் தாய்மாமன்களுக்கும், தாய்வழி மற்றும் ஏனைய உறவுகளுக்கும், மொழியை என் அறிவுக்குள் புகட்டிக் கல்வி பயில்வித்த என் அத்துணை ஆசிரியர் பெருமக்களுக்கும், என் வாழ்வின் நல் அங்கமாக நீடிக்கும் என் நட்பு வட்டத்திற்கும் என் நன்றியுனைத் தெரிவிக்கக் கடமைப்பட்டிருக்கிறேன்...

மேலும் என்னுடைய முதல் புத்தகமான கண்ணாடி பிம்பங்கள் என்னும் கவிதை நூல் வெளிவந்த போது, அதனைக்கொண்டாடிய மற்றும் எனக்கு ஆதரவு தெரிவித்த அத்தனை நல்லோர்களுக்கும், குறிப்பாக எனது முதல் புத்தகத்தின் ஒவ்வொரு கவிதைக்குள்ளும் உள்ள நிறை குறைகளை ஆராய்ந்து எனக்கு அறிவுரை வழங்கிய ஐயா Dr.

நல்லாசிரியர் மு. மெய்யர் அவர்களுக்கும், A.கராத்தேகண்ணையன்MA (மாநில கொள்கை பரப்பு செயலாளர் தா மா கா, ரோட்டரி மண்டல ஒருங்கிணைப்பாளர் அவர்களுக்கும் மற்றும் அரசுப்பள்ளி ஆசிரியர் பயிற்றுநர், ஐயா சரவணன் அவர்களுக்கும், என்னைப் பெருமளவு கொண்டாடிய எனது கல்லூரி (அரசினர் தொழில்நுட்பக் கல்லூரி, அறந்தாங்கி) விரிவுரையாளர் K.P. செந்தில்குமார் அவர்களுக்கும் இந்நூலின் மூலம் நன்றியைத் தெரிவிக்கக் கடமைப்பட்டிருக்கிறேன்.

மேலும் ஏதோ கசங்கிய காகிதங்களில்நான் மட்டும் திரும்பத் திரும்பப் படித்துக் கொண்டிருந்த எழுத்துக்களையும்,கருத்துக்களையும் சமூகத்திற்குக் கொண்டு சேர்த்த மீயாழ் பதிப்பகத்திற்கும் மற்றும் ஏலே பதிப்பகத்திற்கும் என் நன்றியினைத் தெரிவித்துக்கொள்கிறேன்.

இப்படிக்கு,
கார்த்திக் ஆறுமுகம்

தமிழ்வாழக்காரணன்

தையல் ஊசி

தமிழ்த்தாயின் தலைமகன்
தமிழீழ முன்னவன்
இணையில்லா வீரன்
தாய் மண் கண்ட தீரன்
பெண்களுக்குத் தமையன்
பேரன்பு கொண்ட இமயன்
பிழைசெய்யா மன்னன்
பிடித்தமான அண்ணன்
அவன் ஆயுத மேந்தியஅய்யனாரு
துரோகத்தாலும் வீழாது அவன் வரலாறு
எதிரிக்கு நரித்தந்திரம்
அவனுக்கோ நேர்மையே மந்திரம்
தாய் மண்ணில் தமிழ்வாழ
அவன் மீண்டும் பிறக்கவேண்டாம்
அவன் பெயர் ஒலித்தாலே போதும்
எதிரியின் கை நடுங்கும் தமிழனின் தோள் தொட
அந்தப் பெயர்
தமிழ் வாழக்காரணன்
எங்கள் அண்ணன் பிரபாகரன்...

பொறாமைகொண்டேன்

சிவப்புத்துண்டு அணிந்து நடந்தேன்
ஏதோ காரியமாய் கேட்டான்
கம்யூனிசவாதியா என்று

மாற்றிக்
கருப்புதுண்டுடன் நடந்தேன்
நாத்திகனா என
நறுக்கென்று கேட்டான்

ஒருவழியாய்
தோளில் துண்டு இல்லாமல் நடந்தேன்
எந்த ஜாதி என்று
எடுத்த எடுப்பில் கேட்டான்

பொறாமை கொண்டேன்
விலங்கினங்களுக்குக் கிடைத்த
ஆடை அணியாத வாய்ப்பைகண்டு...

விவசாயி

தையல் ஊசி

ஆடிமழை கூடி பெய்ய
கலப்பை தோளில் ஏந்திக்கிட்டு
புலராத காலையில
காளைகளைப் பூட்டிகிட்டுப் போனவரே

வெள்ளாம விளைஞ்சு வீடு வருமுன்னே
வெள்ள நுரை வாயில் தள்ள
விலைஉயர்ந்த
மருந்துக் குப்பி கையில் இருக்க
பொணமா வீடுவந்தீரே இது நியாயமா

நட்ட விதை நல்லா தானே முளைச்சுச்சு
நன்னீர் மேகம் பொய்த்துப் போயி
இந்த
ஏழைப்பய வாழ்க்கைய
ஏன்தான் கேடுத்துச்சு

உசுரு போகையில
என்னத்த நினைச்சீரோ

வங்கியில போன மானம்
வராதுன்னு நெனச்சீரோ

நாலு பேரு வயித்துக்கு
நல்ல சோறு படைக்கலன்னு நினைச்சீரோ

இல்ல
நம்பி முளைச்ச பயிறு
நாதியத்து நிக்கிதுன்னு நினைச்சீரோ

இத்தனையும் நினைச்சீரே
வீட்டுல பொண்டாட்டி புள்ள இருக்குதுன்னு
ஒருதடவை நினைச்சீரா

வாங்கின கடனுக்கு
வண்டிமாடு பூட்டிப் போனாங்க

வாரம் கழிச்சுவந்து
விதைநெல்ல எடுத்துப் போனாங்க

அடுத்த முறை வந்து நின்னா
என்னத்த நான் கொடுப்பேன்
என்னவரே சொல்லுமய்யா

உனக்கு வாய்க்கரிசி போட
வெளஞ்ச அரிசி ஒன்னும் இல்ல
ரேஷன் அரிசி கொஞ்சம் இருக்கு
ஆனால்
அடுத்த வேலைச் சோத்துக்கு
என்ன செய்வேன்

விவசாயிக்கு மானம் இருக்கு
அந்த மானத்துக்கு
ஒரு விலை இல்லையே
அப்படி இருந்திருந்தா
உன்ன விட்டுருப்பனா இந்தப் பாதகத்தி
என்மானம் வித்தாச்சும்
உன் உயிரைக் காத்திருப்பேன்

தண்ணி பாய்ச்சத்
தாலியக் கொடுத்தேன்
உரம் வாங்க
ஒரு ஜோடி கல்லுத்தோடு கொடுத்தேன்
சொன்னா
உன் உயிருக்கு
என் உயிர கொடுத்திருக்க மாட்டேனா

போன வருசம்
களத்துமேட்டுல
கருக்காய் தூத்தும்போது
காத்துவரா கண நேரத்துல
கதை ஒன்னு சொன்னீரே
நினைவிருக்கா

மண்ணுக்கு ஆகாரமா
ஆவாரம் கொலை போட்டுழுதா
சம்பா நெல்லு
சடைசடையா பிடிக்கும்
அதைவித்து
காஞ்ச ஓலையமாத்தி
காங்கிரீட் வீடு
கட்டலாமுன்னு சொன்னீரே

ஐயா,
காஞ்ச ஓலையும் மாத்த வேண்டாம்
கான்கிரீட் வீடும் கட்ட வேண்டாம்
காத்துவரா கண நேரத்துல
கதைமட்டும் பேசினா போதுமையா
களத்துமேட்டுக்கு எந்திரிச்சு வாருமையா

எனக் கட்டிப்பிடித்துக் கதறும் போது

     தையல் ஊசி

காகிதம் ஒன்று தென்பட்டது
கசங்கிப் போன காகிதத்தில்
கடைசியா ஒன்னு மட்டும்

"என்னப் புதைச்ச இடத்தில்
பத்து நெல் மணியைப் பாவி வையி
பக்குவமா அதை அறுத்து
பட்ட கடனை நான் அடைக்க"

<hr>

அம்மாவேஅம்மாவே

யாருமில்லா ஊருக்குள்ளே
யாருக்குத்தான் தேனீர்கடை போட்டேன்
தாயுமில்லா பூமியிலே
நானும் வந்து
ஏன் பிறந்தேன்

காதிருந்தும் என்ன பயன்
தாலாட்டு கேட்கலையே
வேளைக்கொரு பசியிருக்கு
தாய்ப்பாலும் எனக்கில்லையே

அழுதா கேட்கவொரு
அம்மா போல நாதியில்லை
இருந்தாலும் அழுகிறேனே
என் சோகம் தீரவில்லை

பள்ளிக்கூடம் படிக்கையிலே
அம்மான்னு படிச்சதுண்டு
பயணம் முடிஞ்சு போகும்வரை
அம்மான்னு அழைக்கவொரு உறவில்லையே

மழையில நனைய
ஆசைகள் உண்டு
நனைந்தாக்க துடைத்துவிட
அம்மாவின் முந்தானை இல்லையே

குளிர்வந்து வாட்டும்போது
போர்வைக்குள் ஒளியத்தோன்றும்
இருந்தாலும் என்னசெய்ய

தாயுடம்பு சூடுபோல சுகமில்லையே

தொட்டிலில படுக்கும்போது
தென்றல் வந்து ஆட்டிவிடும்
இருந்தும் உறங்கியதில்லை
நீ தீண்டா தொட்டிலும்
நரகமம்மா எனக்கு

நான் பிறந்த நேரத்தில
கடைக்கண்ணில் நீர் வழிய
கடைசியா பார்த்த உன்முகம்
கண்ணைவிட்டுப் போகலம்மா

அனாதை என்ற சொல்லுக்கு
அர்த்தங்கள் புரியுதம்மா
அம்மாவும் பிள்ளையும்
அழகழகாய் கொஞ்சுவதைப்
பார்க்கும் போதெல்லாம்

எந்த ஜென்மத்தில்
என் பாவம் தீருமோ
அந்த ஜென்மத்தில்
நான் உன் மழலையம்மா

புரியாத பாசை என்றாலும்
பகலிரவாய்ப் பேசிக்கொள்வோம்

புதிர் ஒன்று போட்டு
புன்னகையிலே அதை அவிழ்ப்போம்

தள்ளாடி தள்ளாடி நான் நடந்தால்
தாங்கிப் பிடிக்க உன் கை நீளட்டும்

சின்ன பாத்திரத்தில்
நீர் ஊற்றி
நீச்சல் பழகிக்கொடு
நெற்றியிலே கை வைத்து
நீர் விலாவிவிடு

தாய்ப்பால்
தொண்டையிலே சிக்கிக்கொண்டால்
தொண்டைக்குழி நீவி விடு

எச்சில் ஒழுகும் என் வாயில்
உன் எச்சில்சேர முத்தமிடு
இரவு படுக்கும்பொழுது
மீண்டும் கருவறைக்குள் இடம்கொடு

என்றெல்லாம் இன்பமாய்
வாழ்ந்திடுவோம்

அம்மாவே அம்மாவே
ஒரேவொரு அன்பான வேண்டுகோள்

அடுத்த முறை பிறக்கும்போது
ஆயுள்கூட்டிப்பிற
இல்லைன்னா
என்னைக் கருவிலேயே அழி...

கையில் இருக்கும் பறவை

கையில் இருக்கும் பறவையைப்
பறக்கவிடுங்கள்

அது
ஒரு உயிரின்
உணவாக இருக்கலாம்

இல்லையெனில்
ஏதோ ஒரு உணவு
அதற்காகக் காத்திருக்கலாம்

பறவை ஓய்ந்திருக்கும் இடமில்லை
அதன் இருப்பிடம்

அதுபறக்கும் வானமே
அதன் சுதந்திரம்...

உன்னை அன்றி யாரை

தையல் ஊசி

கண்களிலே திராவிடம்

நெற்றியிலே கம்யூனிஸம்

இதோ
தமிழ் தேசியம் பேசும்

முத்தத்தின் பங்கீட்டில்
அண்ணலின் சமத்துவம் வீசும்

பெண்ணே
உன்னை அன்றி யாரை
நான் தூக்கி சுமக்க

தியாகச்சுடர்

அகிம்சையை
அடிப்படையாய்க் கொண்ட ஒரு நாடு
ஐந்தம்ச கோரிக்கைக்குச் செவிசாய்க்க
ஒரு உயிர் கேட்ட காரணம் யாதோ ?

புத்தன் பூமியில் போன உயிருக்கு
பதில் சொல்லப்போவது யார் ?

தமிழிலே குடிசையிட்டு
தார்மீகப் பண்பை
தனக்குள் வைத்து
தலைவன் பாதைக்குத்
தன்னுயிரைக் கொடுத்தவனே

உயிர் எழுத்துக்களின் எண்ணிக்கையில்
உன் உயிர் போனதே
தமிழ்மீது
நீ கொண்ட பற்றை
மரணத்திலும்
மறவாது எடுத்துரைத்து விட்டாய்

உனக்காய்
நாங்கள் சிந்திய கண்ணீரை
நீ குடித்திருந்தால் போதும்
இன்றும்
உயிர் வாழ்ந்திருப்பாயடா அண்ணா

தண்ணீர் தாகத்தை விட
சுதந்திர தாகம்
உனக்கு
அவ்வளவு பெரிதாய்ப் போய்விட்டதா ?

திலீபன் என்னும் தியாகச்சுடரே
என்றும்
எங்களுக்குள்
எரிந்து கொண்டே தான் இருப்பாய்
தமிழும்
தமிழீழத்தலைவனும்
இலக்கை எட்டி
ஈழத்தை மீட்டெடுக்கும் வரை...

கற்புக்கரசி

எத்தனை முறை விற்றாலும்
வேசியின் கற்பு தீருவதில்லை

காரணம்

கற்பை புதுப்பிக்கும்
கரிசன வல்லமை
வறுமைக்கு மட்டுமே உண்டு...

குப்பைத்தொட்டி

தையல் ஊசி

நல்லவேளை
குப்பைத் தொட்டிகளுக்கு வாய் இல்லை

இருந்திருந்தால்
திருப்பித் துப்பியிருக்கும்
தன் மேல் எச்சில் துப்புகிறவனை

ஏனென்றால்
குப்பைத்தொட்டிகள் மட்டுமே அறியும்
அதை அள்ளும் கைகளின் கண்ணீரை...

சுதந்திரம்

மார்புகள் அறுக்கப்பட்ட தாய்மை

மண்ணில் துண்டுபட்டுக் கிடக்கும்
முலைக்காம்புகளைத் தன்பிஞ்சு அதரங்களால்
கவ்விக்கொண்டு கதறுகிற குழந்தை

நான்கு சுவருக்குள்
அவிழ்க்க வேண்டிய ஆடைகளை
நடுரோட்டில் அவிழ்த்து
அம்மனமாய் ஆக்கப்பட்ட சடலங்கள்

மருதாணி சிவக்க வேண்டிய
என் தங்கையின் கைகளில்
இன்னமும் கவுச்சி மணக்கிறது
அவள் அள்ளி நுகர்ந்த ரத்தங்களால்

உயிரோடு இருக்கும்போதே
மண் குழிக்குள் பதுங்கி வாழ்ந்த
பாவப்பட்ட வாழ்க்கை
இனி யாருக்கும் வேண்டாம்

கொஞ்சும் தமிழ் கேட்ட காதுகளுக்குக்
குண்டுச்சத்தம் என்பது
எத்தனை பெரியதண்டனை

கால் பிடித்து வாழத்
துளியும் ஆசையில்லை
நாங்கள் கேட்டதே
அந்த சுதந்திரத்தைத்தானே

சொந்த மண்ணில்
வேர்களை விட்டு
அவசர அவசரமாய்
எட்டிய வரை
வெட்டியெடுத்த பாகங்களோடு
வேர்கள் இல்லா மரமாய்ப்
பிரிந்து போனோம்

இனியும்
எந்த மண்ணிலும்
வேர்பரப்பி வாழும் ஆசையில்லை
சொந்த மண்ணில்
கிடைக்காத சுதந்திரமா
வேறு ஒரு மண்ணில்
கிடைத்து விடப்போகிறது...

காகிதம்

வெள்ளைக்காகிதம்
நிறங்களில் வேறுபாடு
காட்டாமல் ஏற்கும்
வெள்ளை மனசுயோகிதன்

நீரும் நெருப்பும்
காகிதத்தைக் கண்டால்
அழித்தோ எரித்தோ விடுகிறது
ஆனால் காகிதத்தில்
நீரென்றும்நெருப்பென்றும் எழுதிப்பாருங்கள்
அது அப்படியே ஏற்றுக்கொள்ளும் பக்குவத்தை
நீங்களும் கற்றுக்கொள்ளுங்கள்

தயவுசெய்து காகிதத்திடம்
உங்கள் கோபத்தைக் காட்டாதீர்கள்
பாவம்
அதற்குப் பழிவாங்க கூடத் தெரியாது
தண்டனை என்னும் பெயரில்
தன்னைத் தானே கிழித்துக்கொள்ளும்

கவிதைகளை சுமந்த காகிதம்
மிகக் கண்ணியமானவை
அவை கற்பனையாய்க் காதலைச் சொல்லும்
கண்டதைப் போல் காமத்தையும் சொல்லும்
நம்பிக்கை இருக்கோ இல்லையோ
ஆன்மீகத்தை அர்ப்பணிப்போடு சொல்லும்

கசக்கி எறிந்தாலும்
சிக்கியவன் கைகளில் நீளும்
காகிதத்தின் கற்பிக்கும் தன்மை

சொல்லை விளைவிக்கும்
சுதந்திர நிலம் வெள்ளைக்காகிதம்
சொல்ல வந்ததை காத்திருந்து கேட்கும்
சிறப்பே அதன் மனோபாவம்

பக்கம் பக்கமாய் அச்சடித்துக்
கட்டுக்கட்டாய்ச் சேர்த்து வைத்தாலும்
காகிதங்கள் ஆட்டம் போடுவதில்லை
மனிதர்களைப்போல்

அது ஒரு புத்தனைப் போல்
புத்தகமாய் மாறி அமர்ந்திருக்கும்
நூலகங்கள் என்னும் போதிமரங்களில்

சந்தன மரத்தில் கூழ்செய்து
காகிதங்கள் செய்தாலும்
அது சந்தனமாய் மணப்பதில்லை
எழுதியவனின் சிந்தனைகளைத் தான்மணக்கும்

வெள்ளைக்காகிதம் ஒரு
விசித்திரமான கண்ணாடி

இந்த விசித்திரக்கண்ணாடி
பாதரசம் பூசாமலே
பிம்பங்களைப் பிரதிபலிக்கும்
முகபாவத்தின் பிம்பங்களை அன்றி
மனோபாவத்தின் பிம்பங்களையாகும்

என் காதலைஅதன்முன் வைத்தேன்
அதை ஒரு கவிதையாய்ப் பிரதிபலித்தது
என் கவிதைகளை அதன்முன் வைத்தேன்
என்னைக் கவிஞனாய்ப் பிரதிபலித்தது

காகிதத்தைக் கண்டுபிடித்தது
மனிதர்கள் என்றால்
நான் நம்ப மாட்டேன்

என்னைப் பொருத்தவரை
நல்ல கருத்துகளை ஏந்த
தன்னை அர்ப்பணிக்கும்
ஒவ்வொரு வெள்ளைக்காகிதமும்
எனக்கு கடவுளே

என்றும் கடவுளைத் தொழுகின்ற
ஒரு சிறு கவிஞனாய் நான்...

ஓசோன்ஆடை

தையல் ஊசி

தீயிட்டு தீயிட்டு
ஓசோன் ஆடையை
மனிதன் எரித்தான்

அதன் விளைவாய்
அம்மனமாய் அலைகிறது
ஆதவன் கதிர்கள்...

மனிதாமனிதா

மனிதா மனிதா
மனதைத் திறடா
மனிதா மனிதா
மடமை ஒழிடா

கொடி கட்டி ஆள வேண்டாம்
கோட்டை கட்டி வாழவேண்டாம்
நோயில்லா வாழ்க்கை போதும்
பிறரை நோகடிக்கா வார்த்தை போதும்

பந்தியிட்ட இலையை
குப்பையிலே எறிவதுண்டு
இளமை முதுமை உண்டென்பதால்
மனிதனை இலையென எறியாதே

பசியென வந்தோரை
பட்டினியும் போடாதே
இந்தகுணம் கடைசிவரை கூட வேண்டும்
சோறிட்ட கையைக் கழுவாதே

அன்பே கடவுள்
நம்பு மனிதா
வேண்டும் மனித மாண்பு
உனதே உனதாய்

வள்ளுவன் சொன்ன வாக்கு
படித்து நடந்தால்
இருக்காது இழுக்கு

முயற்சிசெய்து நாக்கையடக்கு
நாட்டில் வளராது
வம்பு வழக்கு

இயற்கைக்கு ஆயிரம் கை
ஒருகை அடிக்க
ஒருகை அணைக்கும்
கலங்காதே மனிதா

உணவே மருந்து
அதுவே தமிழர் பண்பு
இயற்கைக்குத் திரும்பு
இது நம்மாழ்வார் மாண்பு

நினை மனிதா
இயற்கையைத் தாயென
காண் மனிதா
அன்னையை உயிரென

உழவாழி இன்று கடனாளி
அவன் சிரிக்க மறந்த தொழிலாளி

நம்மைக் காக்கப் பிறந்த
ஈசனவன் விவசாயி
அவன் பிழைக்க வழியின்றி
தினம் மடிகிறான்
மண்ணுக்கு உரமாகி

சொக்கத்தங்கம்
யாருக்கிங்கே என்ன பயன்
பிற உலோகம் கூடிப்போனால்
போலித்தங்கம் என்று பெயர்

எதுவாயினும்
அளவோடு சேர்த்துக்கொள்
அது துரோகம் ஆயின்
அறவே தவிர்த்துக் கொள்

கற்பை செய்யுது நாசம்
இது காந்தி பிறந்த தேசமா

வேடிக்கை பார்க்குது சட்டம்
இது சட்ட மேதையின் நாடா

தூய அரசியலுக்குத் தோள் கொடு
கர்மவீரர் பேரா

அடக்கு முறைக்கு எதிராக ஆயுதமேந்து
நீ அண்ணன் வழிநிற்கும் தமிழா

என்றும் நீ அண்ணன் வழிநிற்கும் தமிழா...

ஆயுள்கைதி

தையல் ஊசி

உள்ளே உன்னை வைத்து
யாரும் வெளியில் பூட்டிவிட்டால்
சிறை எனலாம்

உள்ளே உன்னை வைத்து
நீயே உன்னை
தாழிட்டுக் கொண்டால்
என்ன சொல்வது

வேண்டு மென்றால்
தாழ்வு மனப்பான்மை எனலாம்

சிறையைப் பொருத்தவரை
என்றாவது ஒருநாள் விடுதலை உண்டு
ஆனால்
என்றுமே
தாழ்வுமனத்தின் அடிப்படையில்
நீ ஒரு ஆயுள்கைதி தான்...

தையல் ஊசி

காத்திருக்கிறோம்அண்ணா காத்திருக்கிறோம்

ஆதவனே ஆதவனே
அடிமை இருளைப் போக்க வந்த
அண்ணன் என்னும் பிரபாகரனே

தாயவனே தாயவனே
சுதந்திரப் பாலை ஊட்ட வந்த
தலைவன் என்னும் பிரபாகரனே

கம்பத்தை ஆழத்தில் நட்டு
புலிக்கொடியை ஈழத்தில் பறக்கவிட
மீண்டு வா அண்ணவனே
மீண்டும் வா மன்னவனே

போராடி போராடி
ஓய்வதில்லை போராளி
களமாடி களமாடி
ஈழம் வெல்லும் ஒருநாளில்

குடும்பத்தைக் களத்தில் வைத்துப்
போராட வந்தவனே
வள்ளுவமும் வருந்துதடா
உன்னைப் பாட வாய்க்காமல்

பொன்னியின் செல்வன் தந்தகொடி
மண்ணின் தலைவன் உன் கையில்
வன்னிக்காட்டுக்குள் போராடி
அமையட்டும் ஈழம்
உன் தலைமையில்

மேதகு என்னும் பெயர்
உனக்குத் தகுந்தபரிவட்டம்
எழுந்து வர தாமதிக்கும்
ஒவ்வொரு நொடியும்
நடுநடுங்குது எதிரிக்கூட்டம்

முதுகில் குத்துப்பட்டாலும்
தமிழன் என்றும் எடுத்துக்காட்டு
முதுகில் குத்தாத போர் செய்வோம்
அறத்திற்குள் கட்டுப்பட்டு

தங்கத்தைச் சுட்டுவிட்டால்
தரமொன்றும் குறைவதில்லை
அமைதிவழிப் போராட்டம்
விடுதலையைத் தருவதில்லை

ஆயுதம் எடுத்தாய்
அறம் வழி நடந்தாய்
அன்னைமண்ணைக்காக்க
சொந்த மகனை இழந்தாய்

தாய் மண்ணை மீட்கவந்த
தாயுமானவனே
தமிழர் வாழ்வு சிறக்க
தமிழ் ஈழம் அமைக்க
வாடா பிரபாகரனே

காத்திருக்கிறோம் அண்ணா
காத்திருக்கிறோம்
உன் காலடிபட்ட மண்ணில்
சுதந்திரமாய் வாழக் காத்திருக்கிறோம்...

சிவப்பு

சிவப்பே சிவப்பு
உலகின் சிறப்பே எங்கள் சிவப்பு

ஓடுகின்ற சிவப்பு
அது எங்கள் தோலுக்குள்ளே இரத்தம்
சிந்துகின்ற சிவப்பு
அது எங்கள் தோழர்களின் இரத்தம்

தத்துவம் பேசும்
வீண் வழக்கல்ல எங்கள் சிவப்பு
உலகிற்கே சமத்துவம் அளக்கும்
உழக்கே எங்கள் சிவப்பு

உழைப்புக்கேற்ற ஊதியம்
உனக்கென
உரக்கச் சொன்னதெங்கள் சிவப்பு

எட்டு மணிநேரம் உழைப்பு
எட்டு மணிநேரம் ஓய்வு
எட்டு மணிநேரம் உறக்கமென
உழைப்பாளிகளின்
உறக்க உரிமை கொடுத்ததெங்கள் சிவப்பு

கருப்பு மனிதனுக்கும்
கைகொடுக்கும் சிவப்பு
கலங்கி நின்றால்
துயர் துடைக்கும் சிவப்பு

அடிமை இருள்
போக்க வந்த சிவப்பு
அகலப் பார்வை கொண்ட கண்கள்
எங்கள் சிவப்பு

சொல்லை விட
செயலே சிறந்ததென
உணரச் செய்ததெங்கள் சிவப்பு

சாணக்கியன் பேசும் சிவப்பு
சாயம்போகா வர்ணம்
எங்கள் சிவப்பு

சிவப்புக்கொடி பறந்தால்
அங்கே பிறக்கும் எங்கள் உரிமை
அதுவே சிவப்பின் பெருமை

உழைப்பாளிகளே
ஒன்று கூடுங்கள்
தோழர்களைத் தேடிச் சேருங்கள்

பாட்டாளிகளே
படையைத் திரட்டுங்கள்
பாமரனின் உரிமை கேளுங்கள்

எல்லோருக்கும் எல்லாம் சமம்
அதில் என்ன பேதம்

உரிமையை உரக்கக் கேட்போம்
தீயசக்தி என்ற முத்திரை அழிப்போம்

　　　　　　　　தையல் ஊசி

உணர்வை இழக்க மாட்டோம்
பசிக்கு எங்கள் உணவை கேட்க வந்தோம்

பதுக்கல்காரன் உழைக்க மறந்த கோழை
சிவப்பே பலர் முகத்திரை கிழிக்கும் நாளை

நாங்கள் உழைப்பை நம்பி
பிழைக்கும் கூட்டம்
எங்கள் வயிற்றில் அடித்தால்
தொடரும் போராட்டம்

உழைப்பைச் சுரண்டுது
அதிகார வர்க்கம்
அதைக் கேட்டுப் பெறுவதே
சிவப்பின் தர்க்கம்

சிவப்பு என்பது
வெறும் நிறமல்ல
அதையும்தாண்டி
நீதி காக்கும் அறம்
உழைப்பாளி மக்கள்
எங்கள் நீதி காக்கும் அறம்...

அசுத்தம்செய்யாதே

இங்கு அசுத்தம் செய்யாதே
என எழுதி இருந்தசு வரும்
அசுத்தம் செய்யப்பட்டிருந்தது

இது படிக்கத் தெரியாத
சமூகம் இல்லை
படித்தாற்போல்
நடக்கத் தெரியாத
சமூகம் மட்டுமே...

கற்பிக்கும் துரோகம்

நம் நேசத்திற்கு
பாத்திரமான ஒருவரது துரோகம்
நமது
வாழ்வின் எல்லை அனுபவத்தை
கற்பிப்பதோடு நிற்காமல்
மீண்டும் ஒரு துரோகம்
சந்திக்கா வண்ணம்
நம்மைப் பக்குவம் செய்துவிடுகிறது...

நுழைவுவாயில்

தெற்கே ஒருவீடு
ஆளுபவனுக்கும் அந்த வீடு சொந்தம்
அடிமைகளுக்கும் அந்த வீடு சொந்தம்

நீ வெள்ளித்தட்டில் சாப்பிட்டு இருந்தாலும்
இய்யத்தட்டில் சாப்பிட்டு இருந்தாலும்
இங்கே
மூன்று சுற்று சுற்றி
உடையப்போவது என்னவோ
மண்பானைதான்

உன்னோடு
லட்சத்தில் பரிவர்த்தனை
செய்தவன் எல்லாம்
கருப்பு வெள்ளை
பதாகையோடு கடந்து செல்ல
உன் தோட்டத்தில்
கூலி வேலை பார்த்தவனும்
ஊரிலே ஒதுக்கப்பட்ட
குடிகாரனும் தான்
கொண்டு வந்து சேர்த்தார்கள்
இந்த இடுகாடு வரை

உனக்குக்
கடன் கொடுத்தவனாயிருந்தாலும்
கைகட்டிநிற்கிறான்,
கடன் பட்டவனோ
வட்டியைச் செலுத்திவிட்டுப் போகிறான்
வாய்க்கரிசி என்னும் பெயரில்

அறுசுவையும் உண்ட
உன்னையும்
என்னையும்
ஏதோ ஒரு வகை சுவையின்
பெயரைச் சொல்லி
ரசித்து ருசித்து
சாப்பிடக் காத்திருக்கே
இந்தச் செந்தீயும்

ஊமையனக்கும்
பேச்சாளனுக்கும்
சமத்துவம் தந்த
ஒரே மேடை இதுவல்லவா

எத்தனை திறமையான
விற்பனையாளரும்
வாடிக்கையாளர் தான்
இந்த இடுகாட்டு இடத்தைப்
பொறுத்தவரை

சூடுதாங்காத
சுந்தரமேனி என்றால் மட்டும்
விட்டு விடுவானோ
இந்தச் சுடுகாட்டுச் சொக்கன்

இடிந்த நிலையில் இருந்தாலும்
சொர்க்கம்
நரகம்
இரண்டிற்கும்
இதுவன்றி
வேறு நுழைவாயில் உண்டோ???

முற்பகல் செய்யின் பிற்பகல் விளையும்

விளைந்த களையினை
அறுவடை செய்பவன்
முகம் சுளித்துக் கொண்டே தான்
அறுவடை செய்கிறான்

அவன்
விதைக்கும் பொழுது
யோசிக்கவில்லை
நாம்
எந்த விதையினை
விதைக்கிறோம் என்று

நம்மில் சிலரும் இப்படித்தான்
யோசிக்க மறந்தே போகிறோம்
முற்பகல் செய்யின்
பிற்பகல் விளையும்
என்னும் தாரக மந்திரத்தை...

பறை

பறையடிக்க வந்தேன்
பறையடிக்க வந்தேன்
பாருக்குள்ளே சிலரின்
செவிட்டில் அடிக்க வந்தேன்

பறையடிக்க வந்தேன்
பறையடிக்க வந்தேன்
ஊருக்குள்ள சிலரின்
உரிமை கேட்க வந்தேன்

தொல்குடி தமிழின்
தோல்வழிப் பறை

தொல்காப்பியம் சொன்ன
தொண்மையான பறை

செத்தமாடும் செய்தி சொல்ல
பிறந்தெதெங்கள் பறை

மானமுள்ள தமிழனுக்கு
மரபு சொல்ல பிறந்தபறை

பாட்டரிமை சொன்ன பறை
ஏட்டுரிமை தந்த பறை

ஏன் என்ற கேள்விக்கு
வித்திட்ட விபரமானபறை

உழைக்கும் மக்கள்
கவலை மறக்க பிறந்தபறை,

உணவு படைக்கும் மக்கள்
களைப்பு போக்க
பிறந்தெங்கள் பறை

பிறக்கும் முன்னே
கருவறைக்குள் ஆடிய ஆட்டம்
முதல் பறை

இறந்த பின்னே
கல்லறைக்கு முன்னால் ஆட்டம்
கடைசிப்பறை

கற்காலத்து மனிதனும்
காதல் கொண்ட கண்ணிப்பறை

நவீன காலத்தில் இல்லை
நன்னூல் காலத்தே
நல்லறம் சொன்ன பறை

அச்சமின்றி கருத்து சொல்லும்
ஐந்திணையிலும் ஒலித்த பறை

நெருப்புக் காட்டி வாட்டும் போதும்
விறைப்பு ஏறும் எங்கள் பறை

விஞ்ஞானம் வளரும் முன்னே
செய்தி கடத்த பிறந்த பறை

குறிஞ்சி நிலக் கடவுள்
குமரனுக்கும் பிடித்தெங்கள் பறை

இயற்கை வழிபாட்டில்
இன்றியமையாத இசை எங்கள் பறை

தையல் ஊசி

கூத்துக் கட்டி ஆடும் போது
கூடநின்று ஒலிக்கும் பறை

பறம்பு மலையயில்
பாரி நேசித்த பைந்தமிழ் பறை

பட்ட அனுபவத்தை
பக்குவமாக எடுத்துரைப்பதில்
பட்டறிவு பெற்ற பறை

மூவேந்தர் வெற்றிகளை
முழங்கிச் சொல்ல ஒலித்த பறை

முந்தாநாள் பிறந்த சாதிக்கு
முன்னே பிறந்த மூத்த பறை

பறையடிக்கும் பறையனை
தொட்டால் தீட்டாம்

யாரும் சுவாசிக்க வேண்டாம்
இது பறைகலந்த காற்றாம்...

சாக்கடைஅள்ளும்தொழிலாளி

சகல மனிதர்களும்
வாயையும் மூக்கையும்
பொத்திக் கொண்டு
கடக்கின்ற சாக்கடையை
அசிங்கம் என்று பாராமல்
அள்ளி எறிகிறார்

அதே
வாயும்
மூக்கும்
கூடவே வயிற்றில்
பசியும்கொண்ட
ஒர் மனிதர்...

ஆகச் சிறந்த தீண்டாமைவாதி

மாதத்தில் மூன்று
தாயைத் தீட்டென தள்ளியவன்
ஆகச் சிறந்த தீண்டாமைவாதி...

திநகர் வீதி

மாற்று ஆடை கூட இல்லாத
குழந்தைகள் அலைகிற
அதே திநகர் வீதியில் தான்
நித்தம் ஒரு புத்தாடையில் திளைக்கிறது
ஐவுளிக்கடை பொம்மைகள்...

தேவை

தேவையில்லை
என்று வெட்டிய மரம் தான்
கடைசியில் தேவைப்படுகிறது

தேவையென
பார்த்துப் பார்த்துவளர்த்த
தேகத்தை எரிக்க...

யாருக்குப் பிறந்தாய்

தையல் ஊசி

யாருக்கு
பிறந்தது என்று தெரியவில்லை

நான் இந்த ஜாதி என்று
தினம் ஒரு ஜாதியின் பெயரை
சொல்லி அலைகிறது
ஆணவக்கொலை...

தையல் ஊசி

எதார்த்த வாழ்க்கை

எத்தனையோ ஆசைகள்
எழுகிறது என் எண்ணங்களில் - ஆனால்
எதையும் எட்டிப் பிடிக்க முடியவில்லை
என் எதார்த்த வாழ்க்கையில்

எத்தனக் கடிதம் போட்டாலும்
என் முகவரிக்கே திரும்ப வருகிறது
ஏனோ ஆசைகளின் அஞ்சல்குறியீடு
ஏற்கத்தக்கதல்ல என்று ஆகுது

என்றால் என்ன
இனிவரும் காலங்களிலும்
எத்தனித்துக்கொண்டே இருப்பேன்
என் ஆசைகளை
எட்டும் வரை...

ஏற்றத்தாழ்வு

கோயில் திருவிழா
திரையரங்கு கொண்டாட்டம்
என
பொது இடங்களில் தொலைந்து போன
ஏற்றத்தாழ்வை
வீட்டுவிசேஷங்கள் என்ற
தனி இடங்களில்
கண்டுபிடித்துத் தருகிறார்கள்
சில பணக்காரப் பகட்டுக்காரர்கள்...

விவாகரத்து

வாதியும் இல்லை
பிரதிவாதியும் இல்லை

யார் செய்தது தவறு
என்று புரியாத நிலையிலே
கருவிலே இறந்து போனது

மனமொத்துப் பிரிந்த
புதுமணத் தம்பதியரின்
ஓர் உயிர்...

எம் யாழ்ப்பாண நூலகம்

சிங்களன் ஒரு புத்திசாலி
ஒரு இனத்தை அழிக்க
அவன் முதலில் செய்தது
அவ்வினத்தின் நூலக எரிப்பு

அதே சிங்களன் ஒரு அடிமுட்டாள்
அவன் அறிந்திருக்கவில்லை
தமிழர்கள் அறிவை வளர்க்க
புத்தகங்களைப் படிப்பவன் அல்ல
தன் அறிவை உலகிற்குப் பறைசாற்ற
புத்தகங்களைப் படைப்பவன் என்று

அம்மனம் என்பது
குழந்தைக்கு அழகு

பிணத்திற்கு அவமானமின்மை

ஆனால்
இடைப்பட்ட வாழ்க்கையில்
அம்மனம் என்பது
விவரிக்கமுடியா வேதனை

அவ்விவரிக்கமுடியாத வேதனையை
ஒரு இனமேஅனுபவித்தது

ஆம் எம்மினம்
உரிமை அம்மனம்
உடல் அம்மனம் என
சிங்கள இனவாத அரக்கர்களின்
இன்னல்களுக்குள் மாண்டு மடிந்து போனது

அதே சிங்களன்
எம்மினத்தின் ஒரு தலைமுறையின்
போராளிகளைக் கொன்றான்
ஏன்
சுதந்திரக் காற்றை சுவாசிக்க
காத்துக்கொண்டிருந்த
அப்பாவி மக்களையும்
கொன்று குவித்தான்

அந்த இனவாத கும்பலை
காத்திருந்து கருவறுக்க
மீண்டும் ஒரு கரிகாலன் தேவையில்லை
அவ்வினவாத கும்பலே
தன் கருவில் சுமந்து பெற்றெடுத்த
யாழ்ப்பாண நூலக எரிப்பு என்னும்
கர்மவினையே போதுமானது...

வாழ்ந்துவிடுங்கள்

பார்த்துப் பார்த்து செய்தமண்பானை
நடுவீதியில் போட்டு உடைக்கப்படுகிறது

தேத்தித்தேத்தி வளர்த் ததேகத்தை
புறங்கையால் கொள்ளி வைத்து
திரும்பிப் பார்க்காமல் போகிறது ஒரு கூட்டம்

எத்தனை எத்தனையோ
வாசனைப் பூக்கள்
செருப்பக் காலில் மிதிபட்டு
கசங்கிப் போகிறது

என்னதான் மிச்சம்
எதற்குத்தான் இந்தவாழ்க்கை
எனக் கேட்டால்
ஒன்றும் மிச்சமில்லை
எதற்கென்றும் தெரியவில்லை
என்ற பதிலே மிஞ்சுகிறது

அதற்காக
வாழ்க்கையை
வாழாமல் விட்டு விடாதீர்கள்

வாழ்ந்து விடுங்கள்
வாழும் போதும் சரி
வாழ்க்கைக்குப் பின்னும் சரி
யாராவது
ஒருவர் மனதிலாவது
வாழ்ந்துவிடுங்கள்...

தையல் ஊசி

தெருவோரப் பிச்சைக்காரன்

நான் ஒரு தெருவோரப் பிச்சைக்காரன்

உண்டுவிட்டு மீதம் உள்ள உணவுகளை
என்னிடத்தில் தந்துவிட்டுப் போகாதீர்
நான் ஒரு தெருவோரப் பிச்சைக்காரன்

கிழிந்த ஆடைகளைத் தைத்த பின்னால்
என்னிடம் எறிந்துவிட்டுப் போகாதீர்
நான் ஒரு தெருவோரப்பிச்சைக்காரன்

உட்கார்ந்து கொண்டிருக்கும்போது
ஒன்றிரண்டு சில்லறைகளைத் தூவிவிட்டுப் போகாதீர்
நான் ஒரு தெருவோரப்பிச்சைக்காரன்

ஆழ்ந்த உறக்கத்தின் போது
ஐயோ பாவம் என்று
கரிசனம் காட் கடக்காதீர்
நான் ஒரு தெருவோரப் பிச்சைக்காரன்

என்று எத்தனை சொன்னாலும்
யாரும் கேட்பதாய் இல்லை
அதனால் தான்
நான் இன்னமும்
ஒரு தெருவோரப் பிச்சைக்காரன்

என் வெள்ளைத் தேவதை

தையல் ஊசி

நீர் கலப்பினும்
பாலிலே மாறாதன்மை கொண்டது
வெண்மைநிறம் எனில்
யார்
கலந்தமையோ
எந்தன் வெள்ளைத் தேவதை
மீதுதொரு களங்கம்

என் தேவதைக்கோ
வெள்ளைநிறம் பொருத்தமென
சாயம் போகும்
சகல நிறங்களையும்
சனியன் என்று எறிந்தீரோ

காற்றுக்கும் நோகாமல் நடப்பவளுக்குக்
காலிலே கொலுசு எதற்கு
என்றுதான்
கழட்டி வைக்க
கட்டளையும் இட்டீரோ

கருமை போக்க
பிறந்தது வெள்ளை நிறம் எனில்
அவள் வீட்டுக்குள்ளே
முடங்க ஆணைப் பிறப்பித்த
ஆணாதிக்கம் கொண்டவர் எவரோ

தும்பையிலும் மென்மையானவள் அவள்
அவளை
சாஸ்திரக்குப்பைகளுடன் சேராதே
என்றுதான் ஒதுக்கியும் வைத்தீரோ

அவள் உயர உயர பறக்கட்டும்
சுதந்திரப்பட்டமாய்

சமூக சாணக்கியனே
வழி நடத்தும் நூலாய் இரு
அவளைக் கிளித்தெரியும்
கொடும் காற்றாய் இருந்திராதே

கலியுகக்கடவுள்

ஒருவன் காட்டை அழித்தக்
கடவுளைக் காண்கிறான்

ஒருவன் கரையில் எடுத்து வைத்து
கடவுளைக் காண்கிறான்

அவர்களுக்குத் தெரிகிறது
கலியுகத்தின் கடவுள்
காசுதான் என்று

இது தெரியாத
ஒரு கூட்டம்
மெய்யில் கடவுளைக் காண்பதாய் நினைத்துக்
கையில் இருக்கும் கலியுகக் கடவுளைத்
தொலைக்கிறார்கள்

ஆனால் நானோ???

என் காதலைச் சொல்ல
மொழிகளைத் தேடினேன்
எதுவும் முன் மொழியவில்லை

என் காதலை சொல்ல
வார்த்தைகளை நாடினேன்
எதுவும் வசப்படவில்லை

என் காதலைச் சொல்ல
எழுத்துக்களுக்கு ஏங்கினேன்
எதுவும் என் ஏக்கங்கள் தீர்க்கவில்லை

என் காதல் ஒன்றும் நாவல் அல்ல
ஒரு புத்தகத்தில் முடித்துவைக்க
அது ஒரு சகாப்தம்
தொடங்கிவிட்டேன்
முடிக்க முடியாமல் மருகுகிறேன்

நல்ல பண்படுத்தப்பட்ட
தோட்டங்களுக்கு மத்தியில்
பாலைவக் காதலாய்ப் பரிதவிக்கிறது
என் காதல்

வண்ணங்கள் நிறைந்த
வண்ணத்துப் பூச்சிகளுக்கு இடையில்
பிணங்களைத் தின்னும்
புழுப் பூச்சிகளாய்
கூனிக்குறுகி நிற்கிறது
என் காதல்

அசைவக உணவகத்தில்
உள்நுழைந்த பிராமணரைப் போல்
முகம் சுளித்துப் பார்க்கப்படுகிறது
என் காதல்

இருக்கா இல்லையா என்று தெரியாது
கல்லுக்கு ஆராதனை காட்டி
கடவுளை அழைக்கிறீர்கள்

எங்களுக்குள் இருக்கும் உணர்வுகளை
ஆராதனை காட்டி அழைக்க வேண்டாம்
ஆறுதல் சொல்லி
ஆசுவாசம் செய்யலாமே

ஏனென்றால்
நாங்களும் உயிர்கள் தானே

இறைவனின் படைப்பில்
அவன் அவளைக் காதலிக்கலாம்
அவள் அவனைக் காதலிக்கலாம்
ஆனால் நானோ???
என
பதில் தெரியாத கேள்வியாய் நிற்கிறேன்
இப்படிக்கு
திரு என்கிற திருமதி...

தையல் ஊசி

மனிதவாழ்க்கை

சிலருக்கு
அஸ்திவாரத்திலேயே முடிந்து போகிறது
சிலருக்கு
அஸ்திவாரம் போட்டு ஆடாம்பரமாய் எழுப்பினாலும்
ஆறு அடிக்குள் அடங்கிப் போகிறது
இவ்வளவுதான் மனித வாழ்க்கை

மீனவன்

தாய் மண்ணின் தொப்புள்கொடி அறுத்து
படகிலே பாய்கட்டி
உப்புக் காற்றில் உயிர் வளர்க்க ஒரு கூட்டம்
படகோட்டிப் போகிறது

காற்று அடிக்கிற பக்கம்
பாய்மரத்தின் ஓட்டம்

மீன் இழுக்கிற பக்கம்
இந்தப் பாவிப்பய கூட்டம்

யாருக்குத் தெரியும்
இதற்கிடையில் இருக்கிற
எல்லையின் கோடு

எதிரிநாட்டுத் தோட்டாக்கள்
குருதி குடித்துக் கொழுத்துப் போக

இரைச்சல் கொண்ட இறக்க அலைகள்
இறந்த உடலை ஈமம் செய்ய சுமக்கிறது

ஒதுங்கிய உடலும் நாறுது
பிடிக்கிற மீனும் நாறுது
எப்பத்தான் மாறுமோ
இந்த மீனவன் பொழப்பு

தீவிரவாதம்

வல்லமை கொண்ட நாடுகள்
எத்தனையோ குண்டுவெடிப்புகள் நடத்தி விட்டார்கள்
எந்த குண்டுகளாலும் அழியவில்லையே
வறுமை என்னும் தீவிரவாதம்

அன்பென்னும்ஆயுதம்

தையல் ஊசி

தான் தொலைத்த அன்பை
தேடுவதென்பது தன் கடமை

தானாய்த் தொலைந்த அன்பை
தேடுவதென்பது தன் மடமை

கடமைக்கும் மடமைக்கும்
வேறுபாடு தெரியாத சிலர்
அனுதினமும் தாக்கப்படுகிறார்கள்
அன்பு எனும் ஆயுதத்தால்

மீண்டும் ஒரு வாய்ப்பு வேண்டி

மாட்டு வண்டிகளை
மறந்ததன் விளைவாய்
மயானத்தில் இன்று
மரண வண்டிகள் ஓடுகிறது

கல்லா சுவாசிக்கப் போகிறது - என்றுதான்
கடவுளும் கல்லாய் இருந்துவிட்டாயோ
காற்றைச் சுத்தம் செய்யாமல்

ஒப்புக்கொள்கிறேன்
இயற்கையை உதாசீனப்படுத்தியது
மனிதனின்
மன்னிக்க முடியா பிழையென்பதை

என் தாயை
எட்டி உதைத்த போதெல்லாம்
துடிதுடித்தாள்
என்னைப் புறந்தள்ளி
அன்பில் ஒரு முத்தம் வைக்க

இயற்கையே
நீயும் என் தாய் அல்லவா
நான் எட்டி உதைத்ததற்கா
இப்படி எங்களை ஏளனம் செய்கிறாய்

கொடிய நோய்களின்
கோர தாண்டவத்தால்
தாய் இருந்தும் எறிகிறோம்
அனாதைப் பிணங்களாய்

இயற்கை அன்னையே
மீண்டும் ஒரு வாய்ப்பு கொடு
மாற்றி அமைக்க முயல்கிறோம்
ஒரு மாசற்ற உலகத்தை...

தீண்டாமை

தீண்டாமையை
விரும்பி கடைபிடிக்கிறேன்
சாதியவாதிகளிடம்

யோசிக்க வேண்டிய விசயம்

சாட்டை எடுத்து
நாட்டை திருத்து என்கிறார்கள்

எடுப்பதில்
எந்த சிக்கலும் இல்லை

ஆனால்
யோசனை செய்ய வேண்டி இருக்கிறது

கலப்பை எடுத்தவனே
காணாமல் போகும் இந்த நாட்டில்
சாட்டை எடுப்பவனின்
சங்கதி என்னவாக இருக்குமென்று

மே 18

சொந்த மண்ணில்
உரிமை பறிக்கப்பட்டு
உணர்வுகளைத் தூண்டிவிட்டு
உறவுகளை அறுத்துவிட்டு
உயிரை எடுத்துவிட்ட போதும்
உணராத வலியை உணர்ந்தேன்
கேட்க ஒரு நாதியில்லை
என்னும் கேடு சூழ்ந்தபோது

சுதந்திர வழிதேடி நடந்த நாங்கள்
அண்ணையை இழந்தோம்
அண்ணனை இழந்தோம்
தந்தையை இழந்தோம்
தங்கையை இழந்தோம்
தம்பியை இழந்தோம்
தாத்தன் பாட்டியை இழந்தோம்
இனியும் இழக்க ஒன்னுமில்லை
என்னும் போதுதான் இறந்தோம்
தமிழன் என்னும் இனமான உணர்வோடு

எதிரி செய்த அவலங்களால்
குருதியில் நனைந்தது எங்கள் நிலங்கள்

எதிரியின் பெண்களுக்கும்
மழலைகளுக்கும் முன்னால்
என் பேராயுதம் போர்தொடுக்கக்கூசும்

இது உலக ராணுவம் வகுத்த
போர் முறையல்ல
எங்கள் உன்னதத்தலைவன் தொகுத்த
புலி முறையாகும்

எங்கள் தலை வீழ்ந்ததென
வீரு கொள்ளாதே
பத்துத் தலை வம்சத்திடம் செல்லாது
உன் பச்சோந்தி வேலை

நாளை இலங்கையை ஆளும்
எங்கள் கை

தேயிலை நாட்டை
தமிழ் தேசமெனக்கொள்ளும்
புலிகள் படை

சரிந்த தலைகளுக்குப்
பலி கேட்டுக்காத்திருக்கு
மீதமுள்ள எம் தலைவன் படை

தமிழனின் ரத்தத்தில்
சிவந்தெங்கள் புலிக்கொடி
அதுவே ஈழம் மலர
எங்களை இணைக்கும் தொப்புள்கொடி

மடி மீது

உண்மையின் முகம்
எதுவென்று தெரியாமல்
சில பொய்கள்
உண்மைகளாக உறங்குகிறது
துரோகத்தின் மடிமீது

கொட்டாச்சி

தென்னைமரம் உயர்ந்தது தான்
சக மனிதனுக்கு கொட்டாச்சியில்
குடிக்கநீர் கொடுத்து
மனிதன் தான் தாழ்ந்து போனான்

உண்மை

நாம் கடந்து வந்த துயரத்தை
யாரோ ஒருவர்
சந்தித்து அழும் பொழுது
ஆறுதல் சொல்ல
வார்த்தைகள் இன்றி
கூடவே
தானும் சேர்ந்தழுகிற
மனதுக்கு மட்டுமே தெரியும்
சில கண்ணீர்த்துளிகளை
ஆறுதல் சொல்லி
அடக்கிவிட முடியாதென்ற உண்மை

சாலை வளர்ச்சி

வண்டிப்பாதை
மண் சாலையென ஆனது
மண்சாலை
தார்சாலையென ஆனது
தார்சாலை
எட்டு வழிச்சாலையென ஆனது
சாலைகள் வளர்ந்து கொண்டேதான் இருக்கிறது
ஆனால்
சாலையோர மனிதனின் வாழ்க்கை இன்னும்
சாலையின் ஓரத்திலே தான்

புத்தகம்

நான் ஒன்றும் தியாகி இல்லை
எத்தனையோ வார்த்தைகளைச் சுமக்கிறேன்
பிறர் வாழ்க்கைச் சுமையைக் குறைப்பதற்கு
"நல்ல கருத்துள்ள புத்தகங்கள்"

கம்யூனிசவாதி

இனிப்பு பரிமாறுகிற பந்தியில்
அமர்ந்திருக்கும் சர்க்கரை நோயாளிக்கு
புன்னகையைப் பரிமாறிசெல்பவன்
கம்யூனிசவாதி

மாற்றம் நம்மில் தானே

என் தோட்டத்தில் விளைந்த தக்காளி
எட்டு ரூபா
அதை கோயம்பேடு சந்தையில்
நான் சந்தித்தபோது
என்பது ரூபா

சுருட்டி விய்க்கும் ஓலைப்பாய்
சுங்கவரியில் மேலும் சுருட்டியதால்
முண்ணூறு ரூபாய்
பனை ஓலை வெட்டிய பாமரனுக்கு
அதில் பாதிதான் வருவாய்

வெல்லம் சர்க்கரை கருப்பட்டி
விவசாயி விற்கிறான்
நெடுஞ்சாலையில் கைகாட்டி
அதைகண்டுக்காமல் போகிறது ஒரு கூட்டம்
அதிநவீனகார் ஓட்டி

வேப்பங்குச்சி கடிச்சு பல்துலக்க
வாயே கசக்குதப்பா
வேப்பை இலை படம் போட்ட பற்பசைதான்
எப்படி இனிக்குதப்பா

இணையத்தில் எதைத் தொட்டாலும்
எட்டு மணி நேரத்தில்
வீட்டில் எட்டுதே
நான் உழைத்த காசு
ஏழு கடல் தாண்டி
எவனுக்கோ கொட்டுதே

வியாபாரத்திற்கு ஒரு படிப்பு
என்று வந்த பின்னாலே
இன்று படிப்பும் வியாபாரம் ஆகிப்போனது

மாற்றம் என்ற ஒன்று வேண்டும் என்றால்
நண்பா
அது தொடங்க வேண்டியது
பாமரன் நம்மில் தானே

இட ஒதுக்கீடு

நாட்டில்,
ஒரே கல்விக்கொள்கை.
ஏழைக்கும்,
எட்டப்பட வேண்டும் அந்த இருக்கை.
பின்னர்,
சாதிகளின்அடிப்படையில்
இட ஒதுக்கீடே தேவையில்லை.
"இடுகாடுகளில் கூட"...

கக்கத்து துண்டு

யாரோ ஒரு
பாமரனின்
கக்கத்தில் இருக்கும் துண்டு
இன்றளவும்
நினைவுப்படுத்துகிறது...

அண்ணல் அம்பேத்கர்
தந்தை பெரியாரும்,
இறந்த செய்தியை...

செவ்வாய் தோஷம்

திங்களுக்குப் பின்னால் வா

செவ்வாயே
பெண்களுக்கு முன்னால் வராதே

பாவம்
திருமணம் தடைபடுகிறது

கரை

தையல் ஊசி

தினமும் தான் வெளுக்கிறான்
இருந்தும்
அவன் வாழ்வோடு
எப்படியோ ஒட்டிப்போகிறது
வறுமை என்னும் கரை
"சலவைத்தொழிலாளியின் வாழ்க்கை"

பால் நீராட்டு

மாட்டுக் காம்புகளை இழுத்து
பால் பீச்சியவள் கீழ்சாதிக்காரி
அவள்
நுழைய தடை இருக்கும்
கோவிலில் தான்
பால் நீராட்டு நடக்கிறது
அவள் கறந்த பாலினாலே

புத்தகம் நீயே புதனும் நீயே

தையல் ஊசி

சண்டையில் கட்டிப்பிடித்து உருளும்
சாகச மனிதா
சாக்கடையில் கட்டி உருளா
பன்றிகள் உண்டா

வஞ்சம் தீர்க்க வன்முறை எடுத்தால்
மிஞ்சப் போவதென்னவோ
பலியும் சிறையும் தானே

கொஞ்சம் பொறுக்க என்முறைகொள்
கொஞ்சிப்பழகும்
கோபமும் கொடூரமும் தான்

பொறுமை படிக்க புத்தகம் தேவையா
பொறுமை படிக்க புத்தனும் தேவையா
பொருள் இல்லை என்பதே நிதர்சனம்

உன்னிடம் தேடாப் பொறுமையை
எங்கும் காண முடியாதே
முயற்சிசெய்தால் முடியுமே
பிறர்தேடும் புத்தகமாய் புத்தனாய் வாழ

தையல் ஊசி

சாதி

எல்லா சாதியும் ஒரே குப்பையில்
சாதித்துக் காட்டிய
சவரத்தொழிலாழி

தரங்கெட்ட மனம்

வந்தவரெல்லாம் கொட்டிக் கொடுத்தாலும்
லஞ்சப்பணம் செல்லுதில்லையே
எமன் செய்யும் கடமைக்கு முன்னே

லஞ்சத்தைக் கூலியென
நாவிதன் கொட்டிக் கொண்டானே
உன் காரியம் முடிந்த பின்னே

இத்தனை தான் வாழ்க்கையா
என எண்ணும் போதும்
திருந்துதில்லையே
மனிதனின் தரங்கெட்ட மனம்

அதுஏனோ ???

பெண் பார்க்கும் வீடு

யாரும் அழைக்காமலே
பெண் பார்க்கும் வீட்டுக்கு
முந்திக்கொண்டு வருகிறது
"மாப்பிள்ளைக்கு என்ன போடுவீங்க"
என்னும் வரதட்சணைக்கேள்வி

அனுபவம் இல்லாதவருக்கே முன்னுரிமை

கற்றறிந்த அனுபவங்களை
சொல்லக்கூடாத தொழில்
வேசித்தொழில்

என்னசெய்வது
இந்தத் தொழிலுக்கு
அனுபவம் இல்லாத நபர்களைத்தானே
அதிகம் தேடுகிறார்கள்

ஜாதிகளின் மனக்குமுறல்

ஓட்டிக்கொள்ள ஆசைதான்
முட்டிக் கொள்ள வைக்கிறார்கள்

நீயும் நானும் ஒன்று சேர்ந்தால்
சில ஆறறிவு மிருகங்களுக்கு
இங்கே என்ன லாபம்

இரு வேறு ஜாதிகளின்
இன்றைய மனக்குமுறல்

சுயநலக்காரன்

மனிதன் ஒரு சுயநலக்காரன்

கண்டுபிடித்தால்
தானும் சேர்ந்து மாட்டிக்கொள்வோம்
என்ற பயத்திலே
கண்டுபிடிக்காமல் விட்டுவிட்டான்

மனிதத்தை அளக்கும்
இயந்திரம் ஒன்றை

கோடு போட்டது யார்

வறுமைக்கும்
வசதிக்கும்
இடையில் கோடு போட்டது யார்

அவனைத் தான்
தேடிக் கொண்டிருக்கிறேன்
கோட்டுக்கு நடுவில் நிறுத்துவதற்கு

குறைந்தபட்சம்
நடுத்தர வர்க்க வாசியின்
கஷ்டத்தையாவது
அவனால்
சகிக்க முடிகிறதா
என்று பார்ப்போம்

மாப்பிள்ளை விற்பனைக்கு

தையல் ஊசி

இளையவளும் காத்திருக்கிறாள்
மூத்தவளும் காத்திருக்கிறாள்
விலைபேசப் போன
இடைத்தரகருக்காய்

வழக்கமான செய்தியே
வந்துசேர்ந்தது
"அவனும்
நல்ல விலைக்கு
விற்றுப் போனான்
மாடிவீட்டு மாப்பிள்ளையாய்"

தையல் ஊசி

கூட்டுக்குடும்பம்

வயது முதிர்வின்
காரணமாய்
தாத்தாவும்
பாட்டியும்
தவறிவிட்டார்கள்

குடும்பத்தில்
போட்டியும்
பொறாமையும்
காரணமாய்
சித்தியும்
சித்தப்பாவும்
தனிக்குடித்தனம் போய்விட்டார்கள்

பணம் என்னும்
பாவத்திற்கு
அம்மாவும்
அப்பாவும்
அலுவலகப் பணியில்
மூழ்கிப் போனார்கள்

இன்றைய நிலையில்
கல்வி என்னும்
கவர்ச்சிக்காய்
தம்பியும்
அண்ணனும்
விடுதியில் தங்கிப் படிக்கலாயினர்

என

ஆள் ஆளுக்கு எறிந்த கல்லிலே
கூட்டுக் குடும்பம் என்னும் தேன்கூடுகள்
சிதறி அலைகிறது
இந்த சமுதாயக் காட்டிற்குள்

தையல் ஊசி

அப்பாவின் சொத்து

அண்ணனும் கோரவில்லை
தம்பியும் கோரவில்லை
முடிவில்
அனாதை இல்லத்தைச் சேர்ந்தது
அப்பாவின் சொத்தான அம்மா...

பேருந்து கூட்ட நெரிசல்

உரசுவதில்
சுகம் என்றால்
உன் சுகம்
தீரும் வரை
என்னையே
உரசிக்கொள்

பாவம்
உன் உரசலில்
எரித்து விடாதே
இன்னொரு பெண் சுதந்திரத்தை

"பேருந்து கூட்ட நெரிசலில்
பல ஆண்களுக்கு மத்தியில்
சிக்கிய பெண்ணொருத்தி"

விவசாயம்

வன்முறையைக் கையில் எடுத்தவன்
வன்முறையாலயே சாவானாம்

விவசாயம் என்ன வன்முறையா?

தினம் தினம்

தினமும் ஒரு வகைப் பூ
ஒரு வரன்
எனத் தொடங்குகிறது அன்றைய நாள்

பூவும் வரனும்
அவளைப் பொறுத்தவரை
ஒரு நாள் ஆயுள் தான் கொண்டிருக்கிறது

மறுநாளிலிருந்து
இரண்டும் புதிதாய் தொடங்கி விடுகிறது
அந்த
முதிர் கன்னியின் வாழ்க்கையில்

பெரியமனுசன் பெரியமனுசன்தான்யா

பாதாளத்திற்குள்
சாக்கடை ஓடினால்
அது வளர்ந்த நகரமாம்

சில
பெரிய மனிதர்களுக்குள்ளும்
அப்படித்தான் ஓடிக்கொண்டிருக்கிறது

தாமதமானதீர்ப்பு

மரம்
இருவரில் யாருக்குச் சொந்தம் என
வழக்கு தொடுக்கப்பட்டது

தீர்ப்பு வந்த பிறகு
மிச்சமானது என்னவோ
மரம்
மனிதன்
இரண்டிலும்
ஒரு பிடி சாம்பலே...

ஆடை

பெண்ணின் ஆடைகளுக்கு
அளவு வேண்டுமா

ஆடைகளைப் பற்றி
நமக்கு என்ன தெரியும்

ஆணோ
பெண்ணோ
ஆடைகளுக்கு
அளவு வேண்டும் என்கிறார்
தையல்காரர்

விளைவு

ஆற்றுக்குள் மணல்வண்டி

விளைவோ

சாலைகளில் போராட்டம்
குடிநீருக்காய் வேண்டி...

மே 17

ஈழத்தின் ஈரம்
முள்ளிவாய்க்காலின் அவலம்

இனப்படுகொலையின் மிச்சம்
நாளைய தமிழீழத்தின் விருட்சம்

வானுயர்ந்த கம்பங்களில்
புலிக்கொடி பறக்கும் நாளை

இறந்தாலும் மறவேனோ
தமிழனின்
கண்ணீரும்
செந்நீரும்
சிந்திய அந்நாளை...

வேறுஎன்னசெய்ய

ஆழ உழவு செய்து
விதைநெல் தெளித்து
பயிரை வேலியென காத்து
விளைந்ததை
வீடு சேர்ப்பதற்குள்
கலைந்து போனது
விவசாயின் கனவு

வேறு என்ன செய்ய
அதோ
வரிசையில் நிற்கிறான்
விலையில்லா அரிசிக்கு

என் இனிய தனிமையே

மனப்பறவையைக்
கட்டவிழ்த்து விடுங்கள்

மீண்டும் தேடி வரும்
தனிமை என்னும் நிரந்தர உடலை

இங்கே
மனப்பறவைக்கு
அடைக்கலம் கொடுக்கும்
மனித மரங்கள்
மிகக்குறைவே...

என் இனிய தனிமையே

அந்தநொடி

நம் அடிமனதை
கிளர்ச்சி செய்த ஒரு உறவு
யாரோ ஓர் ஆழ்மனதின் அன்புக்கு
ஏங்குகின்ற தருணத்தை அறிந்த நொடி
மரணத்தையும் கடந்த
ஒரு தனிமை நிலை...

காலாவதி

எத்தனையோ உறவுகள்
புதுப்பிக்க முடியாத
காலாவதி ஆயிப்போனார்கள்

நமக்குள் நாமே புதுப்பித்துக் கொண்ட
பயனில்லாத கர்வத்தினால்...

மரியாதை

தையல் ஊசி

பைத்தியக்காரர்கள் மீது
அபரிமிதமான மரியாதை வருகிறது

காரணம்

பிறர் நிலை கண்டு
அவர்கள்
உள்ளுக்குள்ளே சிரிப்பதில்லையாம்

அரசு ஒப்பந்தம்

அரசு ஒப்பந்தத்தில்
போடப்பட்டது என்று சொன்னார்கள்

கடைசி வரை புரியவில்லை

ஒப்பந்தம் போடப்பட்டது
சாலைக்கா
அல்லது குழிகளுக்கா என்று

அலட்சியம்

நடுநிலையான
ஆணையும் பெண்ணையும்
கொண்டாடுகிற அதே சமூகம்தான்
ஆணுக்கும்
பெண்ணுக்கும்
நடுநிலையானபாலினத்தை
அலட்சியம் செய்கிறது